ஐ(இல்)

ழளுங (கலாம் நேசகி அபிதா)

ஏலே பதிப்பகம்

ISBN : 978-935-53306-9-7
Page : 84

இறை அவன் புத்தி

உதிக்கும் காலை கணமெல்லாம் விளங்கிட,
மயங்கும் மாலை மங்கும் கண்ணுங்,
கடலெனும் கருத்து கடலாய் சிறக்க,
ஓடும் நீரும் நெய்யென மணக்க,
பொற்சுடராய் கதிரவன் அங்கே எரிந்தனவே,
இறை அவன் புத்தி வியக்க செய்தனவே !

சமர்ப்பணம்

நம்மை
சுழ்ந்து பாதுகாக்கும்
ஐம்பூதங்களுக்கும்,
தாய் தந்தைக்கும்,
நண்பர்களுக்கும்,
என் ஆசிரியர்களுக்கும்
தம்பி தங்கைக்கும்,
உடன் பிறவாத என் பிறப்புகளுக்கும்,
உறவினர்களுக்கும்,
நான் நேசிப்பவர்களுக்கும்
என்னை நேசித்தவர்களுக்கும்
இறைவன் படைத்த அனைத்து
உயிருள்ள, உயிரற்ற படைப்புகளுக்கும்
இறைவனுக்கும்
இந்த புத்தகம்
சமர்ப்பணம்.

அன்பின் வாசகர்களுக்கு,

ஆதி மனிதர்கள் தமது வாழ்க்கைக்கு நன்மை புரியும் இயற்கையையும் பஞ்சபூதங்களையும் அரவணைத்து வாழ்ந்தார்கள்.இன்றைய மனிதன் பஞ்சபூதங்களோடு முட்டி மோதி தனது விஞ்ஞான வளர்ச்சியினால் இயற்கையை மாற்றியமைக்க முனைகிறான்.பொதுவாக இயற்கையின் கோலம் சீராக இருந்தால் தான் மனித வாழ்க்கை நன்றாக இருக்கும்.மழை பொழிய வேண்டும் காற்றுக்கள் வீச வேண்டும் அப்போது தான் இங்கே மனித வாழ்க்கை சாத்தியமாகும்.இவற்றில் சிறு மாறுதல் ஏற்பட்டால் கூட எமது வாழ்க்கை சவாலானதாக மாறிவிடும். பூமியில் நிலநடுக்கம், இடிமின்னல், புயல், வெள்ளம், வரட்சி, காட்டுத்தீ, சுனாமி, எரிமலை போன்ற இயற்கையின் சீற்றம் இடம்பெறும் போது மனிதன் இயற்கையின் முன் பணிந்து தான் ஆக வேண்டும்.இயற்கையை அழித்து பஞ்சபூதங்களின் உதவியின்றிய மனித அறிவியல் வீணாகும். வஞ்ச மனத்தான் படிற்றொழுக்கம் பூதங்கள் ஐந்தும் அகத்தே நகும்" என்கிறார் வள்ளுவர்.அதாவது இந்த உலகத்தின் எல்லாபடைப்புக்களும் ஐம்பூதங்களை அடிப்படையாக கொண்டது. இதனை அறியாது மனிதன் வஞ்ச மனம் கொண்டு வாழுகையில் ஐம்பூதங்களும் சிரித்துகொள்ளும் என்பது கருத்து.நாம் வாழுகின்ற இப்பூமியானது ஐம்பூதங்களான நிலம் நீர், காற்று, ஆகாயம், தீ என்பவற்றால் தான் உருவானது.அதனை விஞ்ஞானமும் ஏற்று கொண்டுள்ளது.இவற்றில் ஒன்று இல்லாவிட்டாலும் இப்பூமி நிலைபெறாது. மனித வாழ்க்கையும் சாத்தியப்படாது.எமது

முன்னோர்கள் இயற்கையையும் ஐம்பூதங்களையும் இறைவனாக கொண்டு வழிபட்டனர்.உலகத்தில் உள்ள அத்தனை இயக்கத்திற்கும் இவையே அடிப்படையாகும்.காற்று இல்லாத வாழ்க்கையை நினைத்து பார்க்க முடியாது. நாம் சுவாசிக்க ஆக்சிஜன்வேண்டும்.சூரிய கதிர்வீச்சை தடுக்கவும் பூமியின் தட்பவெட்பத்தை சமப்படுத்தவும் மழையை பொழிவிக்கவும் ஆகாயம் (வளிமண்டலம்) அவசியமாகும்.

அது போல நாம் குடிக்கவும் பயன்படுத்தவும் விவசாயம் செய்யவும் இவ்வுலகில் பயிர்கள் முளைக்கவும் நீர் வேண்டும்.இதனை வள்ளுவர் **"விசும்பின் துளி விழின் அல்லால் பசும்புல் காண்பதரிது"** என்கிறார்.நீரின்றி அமையாது உலகு. ஆகவே இவ்வுலகம் நீர் இல்லாமல் அமையாது கடல்களும் ஆறுகளும் குளங்களும் இப்பூமியை குளிர்வித்து மனிதனையும் பிற உயிர்களையும் வாழ்விக்கின்றன.அடுத்தது நிலம், பூமாதேவி என்றும் தாய் என்றும் சிறப்பிப்பார்கள். எம்மை தாங்கி உண்ண உணவு தந்து நாம் வாழ இடம் தருவது நிலமாகும்.
"அகழ்வாரையும் தாங்கும் நிலம்"
இதனால் நிலம் இன்றியமையாதது. இதுவே பயிர்கள் வளரவும் உயிர்கள் தோன்றவும் வாழ்விடமாய் அமைகிறது.மனிதர்கள் தம்மை பெரிதாக நினைக்கும் போதெல்லாம் பரந்து விரிந்த ஆகாயத்தை பார்க்க வேண்டும். நாமெல்லாம் ஒன்றுமேயில்லை என்ற எண்ணம் எமக்குள் தோன்றும்.அடுத்து தீ இதனை கண்டு பிடித்த பின்பு தான் மனிதனானவன் உணவை சமைத்து

உண்டான். வேண்டாதவற்றை எரித்து சாம்பலாக்க
நெருப்பு முக்கியமானதாக உள்ளது.

மனித உடலில் இவ் ஐம்பூதங்களுடைய பிரதிபலிப்பு
சொல்லப்படுகிறது. ஆக எம் வாழ்வோடு இரண்டற
கலந்தவை ஐம்பூதங்கள் ஆகும்.இந்த ஐம்பூதங்களை
அடிப்படையாய் கொண்டு நம் சுழலுக்கு ஏற்ற
வகையில் இந்த கவிதை திரட்டு அமைந்துள்ளது.

அங்கவை சங்கவை இருவருக்கும் மணம் புரிந்த
மணம்பூண்டி என்ற ஊரில் மனித உருவெடுத்து,தன்
எழுத்துக்களின் மணம் பரப்ப விழைகிறேன்.
உச்சியில் பிள்ளையார் வீற்றிருக்கும் திருச்சி
மாநகரில் உள்ள அண்ணா பல்கலைக்கழகத்தில்
மின் மற்றும் மின்னணு பொறியியல் படித்து, தமிழ்

அன்னைக்கு சேவை செய்யும் வகையில் கவிதைகள்
புனைந்து வருகிறேன். '
கற்றது கை மண்ணளவு , கல்லாதது உலகளவு'
என்ற ஒளவை கூற்றிற்கு இணங்க கற்றது போதா ,
தினம் ஒன்று புதிதாய் கற்க துணிந்தவர் . தன் கவி
வாசிப்போர் இதயத்திலே , ஓர் கூரை அமைத்து
குடியிருக்க விரும்புகிறேன்.
."மௌன மொழி எழுத்து
குருவியின் குரலாய் கருத்து !
கூறும் எழுதுகோலால் படைத்து!
பெரிய பாரில் படர்ந்து!
தமிழ் மடியில் சாய்ந்து!
 உறக்கம் காண விழைந்து!" உலா வருபவர் " ழஞங'
(கலாம் நேசகி அபிதா) " என்ற நானே இவ்வரிகளுக்கு
உரிமை கொள்பவள்.நான் பட்டிமன்ற பேச்சாளர்
ஆக வேண்டும் என்ற ஆசையில் கிடைக்கும்
வாய்ப்புகளை பயன்படுத்தி கொண்டு என்
கருத்துக்களை முன் மொழிந்து வருகிறேன். Nri தமிழ்
நிறுவனத்தில் பகுதி நேர வேலை பார்க்கிறேன். புக்
பென்சர்ஸ் பதிப்பகத்தில் தலைமை
தொகுப்பாளராக செயலாற்றுகிறேன்.
ஆரிராரோ பாடல் அக்னி சிறகாய்,
அயராது பறந்திட பாடினாயோ?
உம் கனவு வரிகள் கார்மேகமாய் சூழ்ந்து,
மழையாய் பொழிந்து செழித்திட வழிச்
செய்தாயோ?
தீராத கனவு தாகம் தீரும் வரை
பற்பல வெற்றியாளரை உம்வழி வீழுங்கிற்றோ?

 என்ற இவ்வரிகளுக்கு சொந்தமான பல்துறை
விந்தகர் காதல் கலாம் எனக்கு ராஜா.

ழஞங'

முதல் முதலில் ழஞங' வை என் பெயரோடு
இணைக்கும் போது, யாருமே அதை என்னவென்று
கேட்கவில்லை. யாராவது கேட்க மாட்டார்களா?
என்று பலமுறை யோசித்துள்ளேன். நாட்கள் செல்ல
செல்ல ,இதற்கு அர்த்தம் கேட்பதற்கென்றே எனக்கு
வந்த குறுஞ்செய்திகளும், அழைப்புகளும் ஏராளம்.

ழஞங' எதற்காக?

ழஞங':இந்த மூன்று எழுத்துக்களிலும் நம் தமிழில்
அதிகமான சொற்கள் இல்லை. ஏதேனும் வாசிப்பின்
போதும் அந்த எழுத்துக்கள் அதிகமாக
காணப்படுவதில்லை.எனவே நம் வாயில் ழஞங'
சிக்கிக் கொள்வதில்லை. இப்போது என் கவிதை
பார்க்கும் போதோ படிக்கும் போதோ ழஞங'
கண்ணுக்கு தெரியும். படிப்பவர்கள் மனதிலாவது
கூறுவர் என்ற சிந்தனையிலே ழஞங' என்ற
எழுத்துக்களை என் பெயரோடு சேர்த்தேன்.

எழுத்துக்காரன்

வரிக்கு வரியும் தேன் அர்த்தமும்
குண்டலம் இருப் பிடத்து சுவையூட்ட
ரூபமாய் உருவெடுத்து இசை இணைய
எழுதுவதும் சாமார்த்திய சுவையே!
சுவடின் சுமை சுமந்த எழுத்தின்
அடியாய் அவதாரம் அசைத்த
ஆட்சி வீரனாய் கையின்
ஆடல் அரசன் நீயே எம் எழுதுகோலே!

எழுதுகோல் என்ற பெயரில் கவிதை புனைந்து
வருகிறேன்.

தமிழ் வணக்கம்

மக்கட் உறவாட ஊர் கொடுத்து,
முத்தமிழே! உயிர்கரைய அன்பு கொடுத்து,

வாழ்க்கை வாழ்வதற்கு இடம் கொடுத்து,
வருகையெல்லாம் உன்னால் கொடுத்து,

உம் உயிர்வளி என்னோடு சேர்ந்து கதைத்திட,
உல்லாசமாய் வாய் உரைவீச்சு செய்திட,

சிந்தையினுள் அடைந்து சிறகை விரித்திட,
சிணுங்காமல் சிதறித் தெரிக்கும் எம் தமிழே!

இனிக்கும் கனியாய், இன்னமுத மொழியே
கார்மேக மழையாய் கருணை சிந்தும் மொழியே!

மூங்கில் துளையில், இசை நிரப்பும் மொழியே
கண்ணாடி மேனியில், பிரதிபலிக்கும் மொழியே!

முன்பே பிறந்து, மூச்சு நில்லாமல்
முதுகெலும்பும் வளையாமல் முன்மொழிகிறாயே!

நின் நிழல் தொடர்ந்து, எல்லாம் வாழ
நிம்மதி ஒலி ஓதும் அழியா மொழியே!

ஐ(இல்)

மனித மேனி இங்கு,
மகிழ்ச்சியாயும், துறந்தும்,
மர்மமாயும், மாண்டும்,
தன்னுயிர் தாழ்ந்து,
துளிர்விட்டு தழைத்தோங்க,
துணையின் வினையாய்,
ஐம்பெரும் சூழல் சூழ்ந்து,
ஐ(இல்) ஆன உலகிதுவாம்!

நிலம்

வறண்டேனே!

புழுவும் நகரவில்லை,
பூச்சியும் சத்தமிடவில்லை,
புல்லும் பிழைக்கவில்லை,
பூமாதேவி கருணையில்லை,
பூ பிறக்கும் வழி இல்லை,
பூவை மணக்க எவருமில்லை,
சுற்றிப் பார்த்தோர்,
சுயம் வாட,
சூழ்நிலை மண்ணில் சரியில்லை,
பசிக்கு பயனாய் பயன்படவில்லை,
பழகியிருந்த வயிருக்கு
ருசி ஏதும் கிடைக்கப்பெறவில்லை!
உடல் எனக்கு ஆங்காங்கே பிளந்து,
உரிமைக்கொள்ள யாருமில்லை!
உவகை செய்திட முகமில்லை
வாடி வாடி வறண்டேனே!

பிள்ளை இல்லையே

நாடிருந்தும் வீடிருந்தும்
    நமக்கிங்கே உறவிருந்தும்
நலம் பேசு நாலு பேரிருந்தும்
    நமக்கென்று பிள்ளை இல்லையே!
காலத்தின் கையெழுத்தில்
    கன்னா என்றழைத்திட வாய்ப்பில்லையே!
ஓர் உயிர் இவ்வயிற்றில்
    இல்லை என்ற செய்தியே ஒளிர்ந்தனவே!

ஆறுதலுக்கு கொஞ்ச நேரம்
    கொஞ்சி பேசிட தவங்கிடந்து
கிடைக்குமா என்று யோசித்தே
    ராகத்தில் அதற்கு சாவு!
இப் பிள் (பில்) இங்கு வளர்ந்திடாமல்
    வறண்ட வயிற்றின் கண்
மனமும் சோர்ந்திட்டு சோர்ந்திட்டு
    தோல்வியே சந்தித்ததுவே!

பசியின் ஆழம்

பசியின் ஆழம்
  பாதை அறியாமல்
படர்ந்து படர்ந்து
  நீண்டு கொண்டே
செல்கிறது! செல்கிறது
  செயல் மெலிந்து செல்கிறது!
பசி வந்தது!
  படுக்கை தெரிந்தது!
உறக்கம் உன்னுடன்
  உறங்கவில்லை! உலறிட்டேன்!
சொல் வரவில்லை
  சோகமும் தீரவில்லை
இப்பசி நோயோ?
  தீராத கொடுங் போரோ?
வாய்க்கு உணவில்லை
  வருட உறவில்லை
வாயும் வரண்டது
  வயிரும் சுருண்டது
ஒரு நீதி இல்லையே
  ஒதுங்க உணவு இல்லையே!
எத்திசையும் அலைந்திட்டேன்
  உணவுக்கு ஏங்கி வருந்திட்டேன்!

நிறை மணி நீயோ

இங்கே செழித்து செம்மை செய்த
நிறை மணி நீயோ?
ஊரெல்லாம் பச்சை நிறம் அணிய
விதைத்தவர்,,
உழைத்தவர்,,
வியர்வை போர்த்தியவர்,,
இவர்களுடன் நீயும் இணைந்தாயோ?
ஓர் குளிர் மகிழ்ச்சியையும்,
மனதினுள் பொழிந்திட்டு,
வகை செய்தாயோ?
நீ உறவாட வேண்டும்!
பல்லாண்டு பல்லாண்டு,
பல கோடி நூற்றாண்டு,,
இம்மண்ணில், எம் மனதில்!
இப்பிறவி பொழிதலின்
ஓர் தூறலில் உனக்காய்!
பொழியும் உன்னை எம்
பாடல் வழி பொழிகிறேன்!

நான் தான் பூமி பேசுகிறேன்

என்னிடம் என்ன இல்லை?
எல்லாம் இருக்கிறது!
எல்லாமும் நலமாகவும், சுகமாகவும் இருக்கிறது!
என்னிடத்தில் இருப்பதால்!

தோன்றி இருக்கும் எல்லா எழுத்துக்களுக்கும்,
இணைந்து பொருள் புரியும் எல்லா
வார்த்தைகளுக்கும்,
நடனமாடும் நீண்ட எல்லா வரிகளுக்கும்,
என்னிடத்தில் எல்லாம் உள்ளன!

நுழையும் வாசல் பலகோடி,
புதிரான வழிகள் பலத் தேடி,
எல்லாம் கொடுத்தேனே!
எம்மக்கள் சுகமான குடியிருக்க!

நானும் தாயே!
நானும் உங்கள் எல்லாமுமே!
குழவிகளே எனக்குள்ளே பல தாயும், உன் தாயும்!
நானும் மறைந்து காக்கும் தாயே!

மர்மமாய் பற்பல தோன்றி இருந்தாலும்,
மாயமாய் பற்பல மறைந்திருந்தாலும்,
எல்லாம் மனம் மாறாது நிகழுமிடம்,
என்றும் என்னிடத்தில் தான்!

வளங்கள் எல்லாம் சுரண்டி,
என் ஆயுளை அழிக்காதீர்,
நான் அழிய போகிறேன்!
நான் அழிய போகிறேன்!

இந்த கூப்பாடுகள் கூடி,
என்னை பயம் செய்கிறது!
எனக்காக நாள் ஒன்றும் தேவையில்லை!
நாளெல்லாம் என்னை பத்திரமாக பார்த்துக்
கொள்ளுங்கள்!

உணவமிர்தம்

வயதறியா வயலாம்!
நிலையாய் நிலைக்கும் நிலமாம்!
பழம் பொருள் இது!
உரம் புதிதாம்!
உழவு புதிதாம்!
மாட்டு மீதி புதிதாம்!
நீர் நிலத்தை அடைய,
உழவன் மாட்டை அடிக்க,
விதை விழ வைக்க,
வளர்ந்ததோ குறு நாற்று!
மலர்ந்ததோ அழகு பூக்கள்!
நிமிர்ந்ததோ நெற் கதிர்கள்!
மகிழ்ந்ததோ அவன் மனது!
பழந்தமிழர் படைப்பாம்!
காத்தல் நமது பொறுப்பாம்!
செழித்தல் நமது வாக்காம்!

எவருக்கும் பொது

நீ
புழுவாய் இரு,
பூச்சியாய் இரு,

நீ
மானாய் இரு,
மயிலாய் இரு,

நீ
அறிவாளியாய் இரு,
அடிமுட்டாளாய் இரு,

நீ
தீயாய் இரு,
தீராத நோயாய் இரு,

நீ
கோபமாய் இரு,
காயமாய் இரு,

நீ
ஆணாய் இரு,
பெண்ணாய் இரு,

நீ
மூங்கிலாய் இரு,
முருங்கை மரமாய் இரு,

நீ
கதையாய் இரு,
காகிதமாய் இரு,
இருந்துட்டு போ,
யாராயினும் எவராயினும்
தனக்கென பேசாது,
பொதுவென பொதுவாய் பேசு,
தோன்றிய இந்நிலம்
யாவும் பொது
எவருக்கும் பொது!

நீர்

நீரே

மனதளவில் பாய்ந்து
மடிந்து மடிந்து
இடம் அறிந்து
இடர்படாமல் மாற்றி
இடையூரிலும் இசைந்து,
இனிதாய் பயணம்
தொடர்ந்தாயே! பொழிந்தாயே!
பாய்வதில் முடியாதே!
படர்வதில் நிறுத்தாதே!
காட்சியாய் காணும்போது
கண் கலங்கி நிற்கிறாயே!
சிறையிலும் முறையாய்
உடல் வளைந்து
ஊற்றாயினும் சுரந்தாயே!

ஓடு ஒதுங்காதே

ஓடு,
ஒதுங்காதே!
துவண்டு நின்றிடாதே!
துயரம் நினைத்திடாதே!
வாழ் நிலத்தில் பிறந்துவிட்டோம்!
வருகை எண்ணி செழுத்திடுவோம்!

ஓடு,
ஒதுங்காதே!
கனவுகள் களம் இறக்கு!
கலங்கிடாதே நீ இருக்க!
கண் இமைகள் உலகத்தில் மகிழட்டும்!
களவாய் சோதனை ஒழியட்டும்!

ஓடு,
ஒதுங்காதே!
ஆசைகள் பலவிதம் கொள்!
அதற்காக ஆழ்கடல் ஆழம் செல்!
அங்கே இமயம் உச்சி தொடு!
சிங்கத்தின் கர்ஜனையில் மூழ்கு!

ஓடு,
ஒதுங்காதே!
செய்ததில் பயிற்சி காண்!
செய்வதில் மகிழ்ச்சி காண்!
படுத்து பழகிடாதே!
பாதை அறியாமல் திரிந்திடாதே!

ஓடு,
ஒதுங்காதே!
ஓயாமல் உழைத்திடு!
ஒய்யாரமாய் வாழ்ந்திடு!
ஒருமனமாய் திகழ்ந்திடு!
ஒருவனாய் சிறந்திடு!

வாசம் குணமே

பலர் திறன் கண்டு
   பொறாமை கொள்ளல் வேண்டா!
இல்லாததை எண்ணி எண்ணி
   இருப்பதை இழக்க வேண்டா!
முற்பகல் செய்த செயலுக்கு
   பிற்பகல் நினைக்க வேண்டா!
பிறர் செய்யும் செயலில்
   பின்னிறுத்தி இகழ்தல் வேண்டா!

மற்றவர் தீரா துயரத்திலே
   மகிழ்ந்து குளிர்காய வேண்டா!
தொண்டு பல செய்து
   தொடர்கதை பேச வேண்டா!
பலமுறை தோல்வி கண்டு
   நம்பிக்கை இழத்தல் வேண்டா!
வேண்டாவற்றை வேண்டி செயின்
   வாடை நீரின் வாசம் குணமே!

இதோ பெய்யும் இந்த மழை

இதோ பெய்யும்
இந்த மழை!
எங்கும் எத்திசையும் பொழிகிறது!
ஏற்றுக் கொள்கிறார்கள்!
ஏற்காமலும் விடுகின்றனர்!
ஏங்கித் தவிக்கின்றனர்!

இதோ பெய்யும்
இந்த மழை!
கும்மாலம் போடுகின்றனர்!
குடிசை இழக்கின்றனர்!
குற்றம் சுமத்துகின்றனர்!
குற்றாலம் காண்கின்றனர்!

இதோ பெய்யும்
இந்த மழை!
ஒதுக்கி விடுகின்றனர்-சிலர்
ஒதுங்கி நிற்கின்றனர்-பலர்
ஒன்றோடு ஒன்றாய்
ஒட்டி உறவாடுகின்றனர்!

இதோ பெய்யும்
இந்த மழை!
எதையும் கண்டு கொள்ளாமல் விடுகிறது!
பேரன்போடு பொழிகிறது!
பெரும் இசையொடு வருகிறது!
பேரானந்தம் தருகிறது!

இதோ பெய்யும்
இந்த மழை!
கல்லிலும் சிதறுகிறது!
பாறையில் தெரிக்கிறது!
சாக்கடை என்றறியாமல் நிறைகிறது!
சந்து பொந்தில் சிக்கி கொள்கிறது!

இதோ பெய்யும்
இந்த மழை

நாமும் சுழல்வோம்

கனவுகள் கரையயட்டும்!
விரல் பதியயட்டும்!
உழைப்பு கொதிக்கட்டும்!
நல்லெண்ணங்கள் உற்சாகம் ஊட்டட்டும்!
ஊதியம் ஆவியாகட்டும்!
வெற்றி மழை பொழியட்டும்!
களிப்பு நனையயட்டும்!
இழந்தவர் கதிகலங்கட்டும்!
சுழற்சியில் சுழன்று
நாமும் சென்றிடுவோம்!

சொல் மழையே

விண் உனக்கு தாயோ?
காற்று நீ வளரும் கருப்பையா?
மண் உனது காதலா?
நீர் நிலைகள் நீ வளரும் இடமா?
மனித உடல்கள் உன் விளையாட்டறையோ?
ஆழ்கடல் உன் இறுதி ஆழ்மனது அமைதியோ?
சொல் மழையே!
பதில் சொல்!

திமிரு பிடித்தவள்

மழையே!
இடியும் மின்னலும்
உன்னை விரும்புகிறது!
விண்ணும் மண்ணும்
உன்னை விரும்புகிறது!

குளமும் குட்டையும்
உன்னை விரும்புகிறது!
ஏரியும் ஆறும்
உன்னை விரும்புகிறது!
கடலும் பெருங்கடலும்
உன்னை விரும்புகிறது!

மயக்கி, மயங்க வைத்த நீ
உன் குளிர் இதயத்தை,
யாருக்கு தர இருக்கிறாய்?
வெட்கத்தில் நனைந்திடாதே!
மௌனத்தில் விடை சொல்லாதே!
சலசலவென சத்தத்தில்
உன்னை விரும்பியவனை அடைந்திடு!

இந்த மழை
யாருடைய காதலையும்
ஏற்றுக் கொள்ள போவதில்லை
என்று கூறுகிறாள்!

கொஞ்சம் திமிரு பிடித்தவள்,
கொஞ்சம் வீம்பு செய்கிறாள்,
அழகென்ற கோணத்தில்
அகங்காரம் பிடிக்கிறாள்!

ஓடையம்மா ஓடை

இளந்தென்றல் இசை
போய் கொண்டிருக்கும் பொழுது
அங்குமிற்கும் அலையும் மனசு
அஃதோடு நான் ஓர் பயணம்
இனிதே செல்கிறேன்!
        (ஓடையம்மா ஓடை....)
நன்செய் புன்செய் பயிர் வளர
நீர் உயிரினங்கள் துயரில்லா வாழ
நான் ஓர் இடமாகிறேன்
இல்லறம் நல்லறமாய் தருகிறேன்
ருசித்து புசித்து மகிழ!
        (ஓடையம்மா ஓட....)
ஓய்வு எத்தினமென்று சந்தித்ததில்லை
ஒய்யாரமாய் உறக்கம் விழையயவில்லை
ஒருவன் தனக்கென இயங்கிட
ஒருநாளும் செய்யாது நின்றிடமாட்டேன்
        (ஓடையம்மா ஓடை....)

இந்த பகல்

இந்த இரவு,
இங்கு இவர்கள்
முகம் சிரித்துப் பேசுகிறார்கள்,

இந்த இரவு
இன்னும் ஏழு மணி நேரத்தில்,
முடிந்து போக இருக்கிறது

இந்த இரவு
எப்போதும் போல்
மகிழ்ச்சியாய் போய்கொண்டிருந்தது!

இந்த இரவு
நாளைய பகலாக
இடம்பிடிக்க இருக்கிறது!

இந்த பகல்,
நீரின்றி அமையாது வீடு,
நீண்ட தூரம் செல்லவேண்டும்!

இந்த பகல்,
இவர்கள் இருவரிடம்,
வேகம் காலில் தெரிகிறது!

இந்த பகல்
இருவரின் முகமும்
வெவ்வேறு திசையில் இருக்கிறது!

இந்த பகல் இருவரின் முகம்
எந்த கோணம் என்று அறியப்படவில்லை!

இந்த பகல்
மூணு மைல் தூரம் நடை
உடலின் சோர்வு பேசுகிறது!

இந்த பகல்
அந்த இடத்திற்கான போட்டி
வாய்ச்சண்டை முடிவாகிறது!

இந்த பகல்
பழகியவர்கள் பகைவர்
பாடித் திரியும் தண்ணீர் தொட்டி முன்..
            (தண்ணீர் பற்றாக்குறை)

மழையே வா

மழையே வா! வெள்ளி மழையே வா!
வெறிச்சோடிய உள்ளத்தை வெள்ளமாய் நிரப்ப வா!

இந்த வெயில் அரக்கன் சூடு தாங்கலயே!,,
நாளும் நிம்மதியாய் நித்திரை இல்லையே!,,
தோலெல்லாம் சிவந்து எரிச்சல் அடையுது!,,
தோட்டத்து மரமெல்லாம் நீரின்றி தலை சாயுது!,,

மழையே வா! வெள்ளி மழையே வா!
வெறிச்சோடிய உள்ளத்தை வெள்ளமாய் நிரப்ப வா!

மல்லிகை வாசம் மூக்குல மணக்கலயே!,,
மண் பானையில சோறு பொங்கலயே!,,
மண்ணுல புதைந்த விதை முளைக்கலயே!,,
மனசுல விட்ட விரிசல நீ பாக்கலயே!,,

மழையே வா! வெள்ளி மழையே வா!
வெறிச்சோடிய உள்ளத்தை வெள்ளமாய் நிரப்ப வா!

சொட்டு மழை நீர் பார்க்க மாரியாத்தாவ
வணங்குனோமே!,,
அவளும் கொஞ்ச கூட மனசு இரங்கலயே!,,
மண்ணை நீ முத்தமிட அழைத்தோமே!,,,
அப்பவும் உனக்கு காது கேட்கலயே!,,

மழையே வா! வெள்ளி மழையே வா!
வெறிச்சோடிய உள்ளத்தை வெள்ளமாய் நிரப்ப வா!

காட்டுல தேக்குக்கு தெம்பில்லயே!,,

அங்குமிங்கும் சுற்றித்திரிந்த சோர்வுலயே!,,
காட்டேரி நரிக்கு தண்ணீர் இல்லயே!,,
கழுதை கழுகுக்கு பசித் தாங்கலயே!,,

மழையே வா! வெள்ளி மழையே வா!
வெறிச்சோடிய உள்ளத்தை வெள்ளமாய் நிரப்ப வா!

பட்டினில எல்லாம் சாவது பார்த்து கடைசில,,
பெய்யுது பெய்யுது
கனமழை பெய்யுது,,
படை படையாய் பெய்யுது
அடைமழை பெய்யுது!

மனித பிரம்மன்

மனிதனே!
ஊரெல்லாம் ஊர்ந்து உழவன் உளம்பார்த்து
உணவுக்கு ஊழல் புரியும் தொழிற்சாலைகளை-
கட்டிடாதே!
உள்ளங்கால் பதித்து உள்ளங்கை பார்த்து
உதிரம் பாய்ந்து உயிர் உறை-உடைத்திடாதே!
உன்னதமாய் அமைதி உற்பத்தி செய்து
உருவச்சிலை வடித்த ஊமைகளை புதைத்திடாதே!
உறங்காமல் உயிர்தனில் நின்ற உன்னை
உரிமையில் மூடனாய் கொன்றேனோ!

உயிர்த்தோழன் உறவாட உபதேசம் நிகழ்த்தி
உறுதியாய் நிலைக்க வழி செய்வோமம்மா!
உந்தன் மடியினிலே தலை சாய்த்து
ஊட்டச்சத்தால் உறக்கம் காண்போமம்மா!
உயிர்எழுத்தாய் விளங்கிய உன்னை
உயரமாய் உயிர்த்தெழ விழைந்தேனம்மா!
உலக வங்கியில் பணக்குவிப்பு வேண்டா
உணவு கிடங்கிற்கு உயிர் ஊட்டுவோமே!

நெருப்பு

ஒளிச் சுடரே

ஓயா ஒளிச் சுடரே -நின்
சக்தி திருவிளக்காய் அணையா திருக்காய்
போற்றி புகழ்ந்திட சொல் மயக்கம்
சூழ்ந்திட சூரிய னானனே!

அறிந்த கெட்டவள்

நான் பற்பல ஆசையோடு
வளர்கிறேன்!
ஆசைப்பட்டது
கிடைக்கவில்லை
கிடைக்கவில்லை என்றால்
கோபம் கண்ணீராய் முடிகிறது!

நான்
அழாமல்
அமைதியாய்
அப்படியே கடந்தால்
நல்லவள்!

ஆர்ப்பட்டாம் செய்து
அடம்பிடித்தால்
உலகம் கண்டிடாத
உணர்வு புரியாத
கெட்டவள்!

வந்த மகிழ்ச்சி

முந்தைய நாள்
மகிழ்ச்சி,
அதோடு அமைதியாக
போகாமல்
கூடவே
விடாத தீயாய்
ஒரு சோகத்தை
தந்து விட்டு போகிறது!

கோபம் வேண்டா

இந்த கோபத்தை
இங்கே வெளியே
காட்டதே!

இந்த கோபத்தை
பலருக்கு வேடிக்கையாய்
ஆக்காதே!

இந்த கோபத்தை
ஆராயாத சொல்லால்
வெளிக்கொணராதே!

இந்த கோபத்தை
புத்தி மயக்கிட
செய்யாதே!

இந்த கோபத்தை
புரிதல் இல்லாமல்
கொட்டிடாதே!

இந்த கோபத்துடன்
செல்லமாக உரையோடு
சாந்தப் படுத்து
பேராபத்தை விலக்கிடு!

பெண்ணின் குரல்

சின்னஞ்சிறு வயதினில் சீமந்தம் காண
விரும்பவில்லை!
சிறகடித்து பறந்து சிகரம் தொட விழைகிறேன்!
அடுப்பங்கரையில் அடங்கி அனைவருக்கும்
ஆக்கிப்போட விரும்பவில்லை! அனைத்துலகம்
காண அகிலத்தை ஆள விரும்புகிறேன்!
கட்டுப்பாடுகளால் கட்டிய இந்த சமூகத்தில்
சாமானியனாய் சாவை காண விரும்பவில்லை!
சாத்திரங்களுக்கு அடங்கிடாமல் சமூகத்திற்கு
வளைந்திடாமல் சாதனையால் சாதிக்க
விழைகிறேன்!
வளர்த்த பெற்றோரின் கெளரவத்திற்கும்
பெருமைக்கும் என் பெண்மையை அடகு வைத்திட
விரும்பவில்லை!
வளரும் விஞ்ஞானத்தில் விந்தையாய் விளைய
விழைகிறேன்!
நிலவினை பார்த்து காதல் செய்து கனவுகள் கண்டு
கதைத்திடும் பெண்ணாக இருக்க விரும்பவில்லை!
நிலவுக்கே சென்று நினைத்ததை முடித்திடும்
கலாமின் காவிய பெண்ணாக இருக்க விழைகிறேன்!
ஒரு பெண்ணின் குரலாய் இங்கே நான்!

அவசியமான நிகழ்வா?

கணவன் இழந்த காரிகை கண்ணைத் துறந்தனள்,
கைபிடிக்கும் வளையல் காணா!
கைகளால் முகம் தொட்டு நெற்றியை பார்த்தனள்,
அழகு ஏந்திய பொட்டு காணா!
கண்ணீர் கடலுடன் புடவையை அணிந்தனள்,
மின்னும் கலர் சாயங்கள் காணா!
ஏன் இந்த அவலம் இவளுக்கு...
கண்மூடித் தான் புறப்பட வேண்டுமோ?
சிந்தைக் கெட்டு திரியும் மூடர்களா நாம்?
முளைக்க விட்டு முன் நிறுத்தாதீர்!

மதுவே-நின் போதை வேண்டா!

மாதங்கள் பலகடந்து,
மாதாவின் முத்துமணியாய்,
மண்ணிலே உயிர்த்தெழுந்து,
மது சாத்தானின் மடியில்,
மதி மயங்கி மங்கிடாதே!

உம் மகனாய், மகளாய்,
உன் மனைவி மடியில்,
உயிரோடு உருண்டு தவழும்,
பிள்ளைக்களுக்காக பிடுங்கி,
எறிந்திடு வேரூன்றிய மதுவை!

உம் செங்குருதி ஓட்டத்தில்,
இவன்(குடி) உறுதி ஆட்டத்தில்,
குடிகாரன் என்றொரு பட்டத்தில்,
 பொந்தில் போர்த்தி ஒழிகிறாயா? இல்ல
நொந்து மடிய போகிறாயா?

முதல் இருவரது நீ,
பின் பலரது நீ,
இறுதி ஒற்றை நீ,
அழிந்து அழிந்து,
மது அரக்கனால் நீ!

நீ என்ன விதிவிலக்கா?
தவறை மூளை விலங்கில்
தடதடவென ஏற்றி விட்டு,
தப்பித்து உயிர் பிழைப்பதற்கு?
தண்டனைக்கு நில்!

திணறி அழு,
நோயிடம் சிக்கித் தவி,
உடலுறுப்புகளுக்கு பதில் சொல்,
உடலை அடகு வை,
கடையில் இறப்பிடம் மண்டியிடு!

பெத்த வயிற்றுக்கு,
பசி நீக்க போவது யார்?
கட்டின கழுத்துக்கு,
கால் வயிறு கஞ்சி ஊற்றுவது யார்?
தலை எழுத்தை களைத்ததேனோ?

கண்ணழுகி, குடியழுகி,
மிதமிஞ்சிய மதியழுகி,
மூச்சுக் காற்றழுகி,
வாழ ஏங்கும் வயதழுகி,
மதுஅழகி அழுகிட்டாளே!

கடுகனாலும் விதி செய்வேன்

மண்ணை மிதித்து,
முதுகெலும்பு நிமிர்ந்து,
பாதம் அடிமாறி நகர்ந்து,
ஆசையொடு அலையும் அற்ப மனிதனோ நான்?

மண்ணே வீடாய்,
மண்ணால் முடி,
மண்ணில் உறங்கி,
மண்ணும் சொந்தமாய்,
மண்புழுவாய் வாழ்ந்திட ஆசை!

சிறிய சின்னப்பிள்ளையாய்,
சிதறாமல் ஒன்றி வாழ்ந்து,
சிறிது தூரம் இனிப்பால் கவர்ந்து,
சிறுக சிறுக சேமித்து,
சின்ன எறும்பாய் வாழ்ந்திட ஆசை!

தெரியாத பேச்செனினும்,
தெரியாமல் ஊர்சுற்றி,
தெரு தெருவாய் பறந்து,
தேடித்தேடி வாழ்வு வாழும்,
சிறகை விரிக்கும் பறவையாகிட ஆசை!

அதற்கு உயிருண்டோ?
அறியாது எனினும்,
அறியச் செய்யும்,
உயிரைக் கொடுத்து உயிர் காக்கும்,
உயிர்வளியாய் வாழ்ந்திட ஆசை!

சிகரம் தொட ஆசை,
விமானம் பயணிக்க ஆசை,
மேகங்களோடு உலாவர ஆசை,
எனினும் முயற்சியால் மெய்யாகும்,
எவனாகிலும் அடைந்திடுவான்!

இவையில் நில்லாமல்,
இவையோடு மனம் இணையாமல்,
இவையற்று புதிதாய்,
இவ்வுலகம் எனை உற்று நோக்கிட ஆசை!

துன்பத்திலே மிதந்து,
இன்பத்திலே கடந்து,
காதலிலே சோர்ந்து,
வீணாய் வாழும் மனித சென்மம் நான்,
அமைதிலே சற்று நிலைத்திட ஆசை!

பலவிதமாய் செழித்திடு

கோபமெல்லாம் மௌனம் காத்திட,
வெட்கம் பிறந்த கண்கள்,
செக்கச்சிவந்த வானமாய்,
சிவந்தமையட்டுமே சிவப்பாய்!

முட்களின் மேல் அந்த துன்பம்,
கண்ணீரில் கலங்கி அடங்கி,
கரைந்தொழிந்து மௌன,
வெண்மதியாய் மகிழட்டுமே வெண்மையாய்!

முயன்றால் முடியாத பாடம்,
முடியாது என்று சாதித்தால்,
பேசும் போகும் சரித்திரம்,
வலிமை பெறட்டுமே பச்சையாய்!

பிறப்பு அது ஒன்று,
பிறகு அது முடிந்து,
பின்னால் அது அந்நாள்,
சாம்பலாய் சேரட்டுமே!

சேரா பல வண்ணம்,
நின்று வெயில் திண்ணும்,
வென்று மழை பொழியும்,
காதல் தூண்டட்டுமே கருமையாய்!

குடையாய் அது நின்று,
அண்ணாந்து அது உயர்ந்து
கண்ணில் என்றும் படர்ந்து,
வானுயர்ந்து வாழட்டுமே!

எண்ணம் பல வண்ணம்,
நின்றால் உன் எண்ணம்,
கொண்டால் நின் உள்ளம்,
பிராகசிக்கும் பளப்பாய்!

என் ஆண் மகனுக்கு புத்திமதியாய்

உன்னை விட்டு பிரிந்து போவதாக அவள் முடிவு
செய்து விட்டாளா?

போய் வா என்னிடம் என்று கூறு!
அவள் தான் வேண்டுமென்று விடாபிடியாய்
உள்ளாயா?

அதற்காக அழுகாதே!இறந்த போக யோசிக்க கூட
செய்யாதே!

அவள் உன் மடியினில் தலை வைக்கும் வரை குடி!

புலம்பு!புலம்பித் தள்ளு!அவளைப் பற்றி புலம்பித்
தள்ளு!

உளறு!உளறிக் கொண்டே இரு!
அவள் உள்ளம் உன்னிடம் வரும் வரை உளறு!

ஆலமர விழுதாய் தாடி வளர்!அவளை நினைத்து
தெருவெல்லாம் சுற்று!

எத்தனை எழுத்துக்கள் வேண்டுமானாலும் எடுத்துக்
கொள்!
எழுது!எண்ணத்தில் தோன்றுவதை
எழுது!கவிதையாய் எழுது!

காதல் காரிகை ,அவளைப் பற்றி எழுது!

ஒரு மரமாய் அவளின் நினைவுகளை
வளர்!அவற்றின் வேராய் அவளை மட்டுமே வை!

அவள் பார்த்து திணற திணற காதல் செய்!

"போய் வா" வின் நாசூக்கு நடனம் இப்பொழுது
புரியும்!

காதல் வில்லன்

அவன் : நம் காதலுக்கு ஆயுள் விடுமுறை நாம்
பிரிந்து விடலாம்! அவள் : உன்னை திட்ட வேண்டும்
போல் இருக்கிறது!
அவன் : எவ்வளவு வேண்டுமானலும் திட்டிக் கொள்
அவள் : என் அம்மு குட்டி , செல்ல குட்டி , தங்க
குட்டி,புஜ்ஜி குட்டி , வைர குட்டி ! என்று கொஞ்சல்
திட்டல்கள் செய்கிறாள்!
அவன் : எப்படி எல்லாம் மடக்கிறாள் எந்த
கொஞ்சலும் கை கூட வில்லை!

அந்த காதல் வில்லனிடம்

சாதி(தீ)
நிகழ்வு

தீதறியும் திறன் இதுவே,
தீயனவே நிலையென நிற்பதுவே,
பகுத்தறிவு அற்று செயலாற்றியதுவே,
நின் தன்மையால் கலவரம் நடப்பதுவே,
இதெல்லாம் எதற்கு அறித்தனவே,
வேண்டாம் வேண்டாம் ஒழிந்தனவே,
வாய் புலம்பி புலம்பி சோர்ந்தனவே!

நிகழ்ச்சி

அணுகுண்டு அணுவினிலே வாழ்ந்ததமே,
வீசினால் உயிரும் இறந்ததமே,
தீரா தாக்கமும் இருந்ததமே,
விஞ்ஞானி ஒருவனே இயற்றிட இயலுமோ?
இல்லை " மனதின் ஆழ்ந்த வருத்தம்,
ஆதங்கம் , கஷ்டம் , தீரா உணர்வுகளை ,
அணுவாய் கொண்டு நாம் மக்கள் ,
சிரிக்கும் கொடிய அரக்கனை ,
வெடிகுண்டு செய்து வீசி இறக்கச் செய்வோமே!

நிகழ்காலம்
அங்கே அவன் (சாதி) இறந்தோ,
ஊனமுற்றோ துன்புற்று அவதியுற்று தவிக்கட்டும்!
படுகொலை செய்தற்கு வருந்தாதீர்!
வலி தந்த நோய் பிரிந்து ,
சுகமெனும் சமரசம் சிரித்து மகிழ்ந்தனவே!
மக்கள் மனமெல்லாம் வேறுபாடு சென்றதுவே!

காற்று

நீ யார்

நீ யார்
என்று கேட்க துணிந்தால்
ஒரு நிமிடம்
ஒருடலின்
உயிர் நின்றுவிடுமோ?
என்றச்சம் எட்டிப் பார்க்கிறது!
உயிர் வளியாய்,
உயிரிழக்கச் செய்யும் வலியாய்,
உயிர் பெற்று உலா வருகிறாயே!
உன் வீடு தான் எது?
உன் உருவத்தின் வடிவம் தான் எப்படி?
நீ போகும் பாதையாவது
உன் சிந்தைக்கு தெரியுமா?
சிதறி சிதறி
எங்கும் கிடக்குறாயே!
ஏன் இந்த
அவலம் உனக்கு!

காற்றோடு போகட்டும்

இவள்,
இப்படி தான் இருக்க வேண்டும்!
இவள்,
அப்படி தான் இருக்க வேண்டும்!
இவள்களுக்கு,
இந்த இத்தனை கட்டுப்பாடுகள் ஏன்?
அஞ்சி அஞ்சி
எஞ்சிய நாட்கள் கழிய வேண்டாம்!
இந்த பெண் பறவைகளுக்கு,
ஒரு சுதந்திரம் கொடுங்கள்!
அப்படியே காற்றில் பறக்கட்டும்
சிறகின்றி சந்தோஷமாய்!

சரிந்து விடும்

பண் நிறைந்த
வாழ்வோடு
பணக்காரன்
குதுகலமாய்
ஆட்டம் போடுகிறான்!
திடீர் ஒரு
சூறாவளியால்
அவன் நிலைமை
சரியக்கூடும்
என்றறியாமல்!

சாகாமல் வாழும்

காற்றோடு
கண் பார்த்து
இந்த விண்ணின்
நட்சத்திரங்களை
எப்போது
எண்ணி முடிக்கிறேனோ
அதுவரை
என் காதலும்
சாகாமல் வாழும்
என்பதே, என்
சாகா நம்பிக்கை

ஓர் உலா

இந்த நிஜ உலகில்,
சிறிது வெறுப்பு ஏற்பட்டால்,
நினைவுகள் சரணாலயத்திற்கு,
ஓர் உலா செல்வேன்!
இறந்த நிகழ்வுகள்,
இந்த இடத்தில்,
உயிர்ப் பெற்று,
ஆங்காங்கே திளைத்திருக்கும்!
சில நிகழ்வுகள்,
அன்று நடந்த வேதனையை நினைவுபடுத்தும்!
சில நிகழ்வுகள்,
மறக்க முடியாத மகிழ்ச்சியை நினைவுபடுத்தும்!
அப்படியே சில,
காயங்களாய் பதிந்திருக்கும்!
மீண்டும் நினைவுக்கு எல்லாம் வரும்!
அந்த சில நிமிடங்கள்,
இந்த பூமியில் என்னை தேடாதீர்!
நான் வர
நாட்கள் ஆகும்!

இந்த செடி

இந்த செடி
எப்படி வேண்டுமானாலும்
முளைத்திருக்கலாம்!

மனிதர்களிடமிருந்தோ,
பறவைகளிடமிருந்தோ,
ஏதோ ஒன்றின்
எச்சத்திலிருந்து
வந்திருக்கலாம்!

கடும் வெயிலானாலும்,
பெரும் மழையானாலும்,
மனம் தளராமல்,
கம்பீரமாய் நின்றுக் கொண்டிருந்தது!

எந்த நிலையிலும்,
பார்ப்பவரிடம்,
முகம் சுழிக்காமல் இருக்க,
ஒரு மலர் மலர்ந்திருக்கிறது!

தன் வாசத்தால்,
வண்ணத்துப் பூச்சியை,
தினம்தோறும்
சுத்த விடுகிறது!

வாடி வதங்கியிருந்த,
மனித மனசுக்கு,
வாசம் காற்றில்,
பயணித்து மகிழ்விக்கிறது!

காதலுக்கு என்ன அவ்வளவு பெரிய சக்தி இருக்கிறதா??

அவனை இழந்த அவள், இன்னும் அவனையே
மேகமாய் போர்த்திக் கொள்கிறாள்!..
அவனை இழந்த அவள், பெருங்கடல் அதிசயத்தை
கண்களுக்குள் காண நிகழ்த்துகிறாள்!..
அவனை இழந்த அவள், வயிற்றை சோறுக்காக
ஏங்கச் செய்கிறாள்!..
அவனை இழந்த அவள், ஊரெல்லாம் அவன்
முகத்தையே கண்டு ஏமாறுகிறாள்!..
அவனை இழந்த அவள், இதயத்தை தனிமை
அறையில் தவிக்க செய்கிறாள்!..
அவனை இழந்த அவள், நினைவுகளை அவனாலே
செதுக்கி அழகு பார்க்கிறாள்!..
அவனை இழந்த அவள், அவனுக்காகவே
பைத்தியமாய் திரிகிறாள்!..
அவள் இழந்த அவன் இவ்வளவு நல்லவனா? இல்ல
அவன் காதல் அவ்வளவு சுவையானதா?..
அவள் இழந்த அவன் எவ்வளவு அதிர்ஷ்டசாலி!

அவனை காணவில்லை

கருமை இரவை அழகாக்கும்,
காதல் நிலா உன்னிடம்,
காதல் சொல்ல வந்தேன்,
கண்டுக்கொள்ளாமல் இருக்கிறான்!
கழுத்தை திருப்பிக் கொள்கிறான்!

காதல் அவன் சம்மதிக்க,
கண்ணோரம் மின்னிய,
கண்ணுக்கு கடுகின் சிறிய,
கண்ணின் இமைகளுடன் மோதிய,
நட்சத்திரம் நடந்து வர கேட்டேன்!

ஒரு தேனீக் கூட்டம் போல்,
கூடிப் புன்னகையில் திளைத்து,
அதன் கூரையில் அமர்ந்திருந்த,
நட்சத்திரங்கள் யாவும் யான்,
காதல் தோல்வி கேட்டு,
தேனாய் பேசிட வந்தன!

அவனிடம் பேசிட நெருங்கிய போது,
ஆகாயத்தின் திடீர் கண்ணீர்,
ஆறெல்லாம் வழிய நிரப்பியது,
அமைதியாய் பயிரை உணவருந்த செய்தது!
அங்கிருந்த நட்சத்திரம் எல்லாம் மறைந்தது!

என் நிலா அவனும் காணவில்லை,
ஆகாய கண்ணீரில் மறைந்து,
அவனுக்கான என் கண்ணீரும் சிரித்தன,
சிந்தனையில் மூழ்கி சிதறி விழுந்தேன்!
காதலன் போன துயரத்தில்!

என்னவாம் ?அவனுக்கு

காதல் இல்லாத போது ஆசைகளில் எல்லாம் அவன்!
காதல் வர இருக்கும் நொடியில் சிந்தனையின்
ஓரமெல்லாம் அவன்!
காதல் வந்தவுடன் மனசெல்லாம் அவன்!
காதல் நிலைத்தப் போதெல்லாம் ஆனந்தத்தில்
அவன்!
வேண்டாம் என்று புறப்பட்டு விட்டான்! இப்போது
என்னவாம் வேலை அவனுளுக்கு என்னுடன்?
இன்னும் விட்டுப் போகவில்லை!
காதல் இறந்தவுடன் கனவெல்லாம்
இரவு உறக்கங்களில் எல்லாம் அவன்!
நான் பாவம் தானே!

நீ,நான்
தொடக்கம் அதில்!

அந்த நீ ,
இந்த நான் ,
எந்த நாமாய்?
நீ நீயாய் ,
நான் நானாய்
நாம் யாரோவாய் ,
சுமுகமான வாழ்வு!

இடையில்

எங்கிருந்து ?
எதிலிருந்து ?
எப்படி வந்தது ?
இந்த காதல்!
அந்த நீ ,
இந்த நான் ,
நாம் நாமாய்
நீயும் நாமாய்
நானும் நாமாய்
முகம் சிவந்த காதல்!

இறுதி அதில்

அந்த நீ ,
இந்த நான்
எந்த நாமாய் ?
யார் நீயாய் ,
யார் நானாய் ,
யார் யாரோவாய் ,
சுற்றத்திருந்தோம் காதல் தோல்வியால்!

மருத்துவராய் அழைக்கிறேன் உன்னை
மீண்டும் என் காதலாக அல்ல

உன் மீதான என் ஆசைகள் ,
உன் மீதான என் விருப்பங்கள் ,
உன் மீதான என் மயக்கங்கள் ,
உன் மீதான என் கதறல்கள் ,
உன் மீதான என் எண்ணங்கள் ,
உன் மீதான என் நம்பிக்கைகள் ,
உன் மீதான என் அக்கறைகள் ,
உன் மீதான என் பாசங்கள் ,
உன் மீதான என் இஷ்டங்கள்,
அனைத்தையும் மீறி உன் மீதான
என் காதல் ,
எல்லாம் செயலிழந்து ,வலுவிழந்து காதல்
மருத்துவமனையில் அனுமதிக்கப்பட்டிருக்கிறது!
நீ விட்டுப் போன துயரத்தால்!
மருத்துவர்கள் யாருக்கும், குணப்படுத்த
தெரியாமல், திணறுகிறார்கள் நீ வந்தாலே,
அவைகள் குணம் அடையும்!

இப்படி தானோ?

சூரியனின் வெட்கம்
சுருங்கிய செடிகளுக்கு
புத்துணர்வு தந்ததோ?

அலைகளின் வெட்கம்
வாடிய கடலுக்கு
வலிமை சேர்த்ததோ?

நிலவின் வெட்கம்
இரவின் இருட்டிற்கு
வெளிச்சம் தந்ததோ?

தண்ணீரின் வெட்கம்
வறண்ட தாகத்திற்குள்
மறைந்து மகிழ்ந்ததோ?

தேடி தேடி சென்ற வெட்கம்
கிடைக்காத சோர்வுக்கு
வலிமை தந்து மகிழ்ந்தோ?

மண்ணின் வெட்கம்
வேரின் காலிலே
விழுந்து கிடந்ததோ?

வெட்கம் ஒரு மோதல்
வெண்மை சிந்தும் காதல்
திறனும் அதனால் ஆதல

நீயும்-அவனும் இல்லாத உலகம்

நீயில்லா இவ்வுலகம்,
நீயில்லா இந்த மூளை,
நீயில்லா இந்த மனம்,
கருத்துக்களை எங்கே முளைத்திருக்கும்?
உட்புகும் வழி எதுவோ?
உட்புகும் வாசல் எதுவோ?

இறந்த நிகழ்வு,
நிகழும் நிகழ்வு,
பிறக்கவிருக்கும் நிகழ்வு,
காற்றில் மறைந்திருக்குமோ?
காலத்தால் அழிந்திருக்குமோ?
கண்களில் கண்ணாமூச்சி ஆடி இருக்குமோ?

நீ நீயாய் நிஜமில்லை எனில்,
கருத்துக்களின் வாசங்கள்,
எங்கே மணந்திருக்கும்?
எப்படி ருசி பார்த்திருப்போம்?

நீ நீயாய் முடங்கவில்லை எனில்,
பல்லாயிரம் ஆண்டுகள் வரலாறு,
எங்கே குரல் கொடுத்திருக்கும்?
எப்படி எங்களது செவி அறிந்திருக்கும்?

நீ நீயாய் வெளிவரவில்லை எனில்,
அவரவர் உள்ளத்திலே,
காதலின் உருக்கங்கள் தேங்கி இருக்கும்,
மற்றவரை சென்று புரிந்திருக்காது!

நீ நீயாய் இங்கே இல்லை எனில்,
உடலெல்லாம் இருட்டாய்,
மனிதன் பயத்திலே விழுந்து,
நடுங்கி தடுமாறி இருப்பான்!

நீயில்லா ஓர் உலகம்,
எதை கற்றிருக்கும்,
எப்படி இருந்திருப்பான் மனிதன்?
உடல் ஒழுங்காய் இருந்திருக்குமோ?

நீ மட்டுமே போதுமா?
இணைந்து வாசிப்பும் தேவை!
அப்போது தான் கருத்துகள் வெடித்து,
உலோகங்களாய் உயிர் பெற்றிருக்கும்!

வரலாற்றின் கண்

நடந்ததா?
நடக்கப் போவதா?
நடக்கிறதா?
வெளிப்பட்ட விடயங்களை
யோசித்தே திக்கி நின்றேன்,,!
கண் மேயும் வாசிப்பினிலே,,!
மனம் தேடும் விடையினிலே,,!

ஏடின் வரிகள்,
ஏராளமாய் காண்பிக்கிறது,,!
எண்ணங்களை கோர்க்கிறது,,!
எக்கச்சக்கமாய் எழுத வைக்கிறது,,!
எழுத்துக்களை உற்சாக மூட்டுகிறது,,!

சுருக்கப்பட்ட கருத்தாயினும்,,!
சுருங்கிய கருத்தாயினும்,,!
சுருண்ட கருத்தாயினும்,,!
நித்தம் அவரவர்,
சிந்தனையை விரிவடைய செய்து,,!
கணிப்புகளை அறிய வழி தருகிறது,,!

ஒருவருக்கு எழும்,
எண்ணங்களை, சிந்தனைகள்,
அவரவர் நரம்பிலே பாய் போட்டு உறங்க,
மற்றவர் ஒன்றும்,
அறியவில்லை,,! புரியவில்லை,,!

எழுதுகிறார் எழுதுகிறார்-அவர்,,!
தோன்றுவதை எழுதுகிறார்,,!
ஏடில் எழுதுகிறார்,,!

கொட்டி தீர்த்து விடுகிறார்,,!
வாசிப்பின் வழி மனதில் வரைகிறார்,,!

வாசியுங்கள்,,! வாசியுங்கள்,,!
வாசித்தே வதங்கி போங்கள்,,!
வாசிக்க சொல்லாதீர்,,!
வாசித்ததை சொல்லுங்கள்,,!
தானாகவே வாசிக்க தூண்டட்டும்,,!

புத்தகம் ஒரு திசையில்,,!
வாசிப்பு ஒரு திசையில்,,!
சிறப்பாக தோணவில்லை,,!
புத்தகமும் -வாசிப்பும்,,
இணைந்தே ஒரே திசையில்,,
பார்க்கவே பொலிவாய் தெரிகிறது,,!

எழுத்துக்களின் மூச்சுக்காற்றை
மனதால் சுவாசித்து சுவாசித்து,
ஊடுருவி ஊடுருவி,
உள்வாங்கி உள்வாங்கி,
உள்ளத்தால் செழுமை அடையுங்கள்,,!

ஆகாயம்

காதல் சுகமானது

காதல் ஒருவருக்கு
எப்படி வேண்டுமானாலும்
இருக்கலாம்!

ஒருவருக்கு
இதயத்தின் பசியாக,

ஒருவருக்கு
இன்னல்களின் ருசியாக,

ஒருவருக்கு
இன்பத்தின் இதமாக,

ஒருவருக்கு
ஏற்றமாற்றத்தின் ஏக்கமாக,

ஒருவருக்கு
மாற்றத்தின் மயக்கமாக,

காதலின் கோணங்கள்,
முதலில் காதலை சொல்,
காதலித்து பார்த்து,
எது கிடைக்கிறதோ,
ஏற்றுக்கொள்!

காதல் சுகமானது!

எல்லாம் எதார்த்தங்களே!

நிற்கும் போது வரை
அலையை திட்டாதே!
கடலுக்கு கோபம் வரும்!

சுட்டெரிக்கும் போது
செங்கதிர்களை திட்டாதே!
கதிரவனுக்கு கோபம் வரும்!

கடிக்கும் போது
விடத்தை திட்டாதே!
பாம்பிற்கு கோபம் வரும்!

புயல் வரும் போது
காற்றை திட்டாதே!
மரங்களுக்கு கோபம் வரும்!

மாசு ஏற்படும் போது
விடவாயுக்களை திட்டாதே!
தொழிற்சாலைகளுக்கு கோபம் வரும்!

சோகங்கள் வரும் போது
உன்னை திட்டாதே!
உனக்கே கோபம் வரும்!

எல்லாம் எதார்த்தங்களே!
ஏற்றுக்கொண்டு போ!
எதற்கும் கோபம் இல்லை!

முகமில்லாத இவ்வாழ்க்கை

இந்த ஆகாய
கருமேகம் கருமை
தோல் போர்த்தும்
நொடி மனம்
இரசிக்க சொல்கிறது!
மழை கண்ணை நிரப்புகிறது!

இந்த ஆகாய
வெண்மேகம், வெண்ணிற
தோல் போர்த்தும்
நொடி மனம்
உலகை கண்கூடாகப் பார்க்க சொல்கிறது
கதிர்கள் கண்ணை நிரப்புகிறது!

இராசிக்கவும் விடாமல்,
புசிக்கவும் விடாமல்,
முன் நோக்கி நடக்க செய்வதே,
முகமில்லாத இவ்வாழ்க்கை!

சிந்தனைகள் பலவிதம்

சிந்தனைகள்
புதிது புதிதுதாய்
அலங்காரத்துடனும்
வேடத்துடனும்
நேற்று பிறந்தது!

சில கற்பனைகளாய்,
சில எதார்த்தங்களாய்,
சில நிதர்சனங்களாய்,
ஆங்காங்கே மூளையில்
மேகக்கூட்டமாய் காட்சியளித்தது!

வெண்ணிற மேகங்கள்,
கால மாற்றத்தால்,
கவியென பொழிந்து,
நனியென இரசித்து,
வாழ்ந்து சிறந்தனவே!

புது விருந்தினர்

தினந்தினம்
திசை தெரியாமல்
என்னிடமே வருகிறார்கள்
புதுப்புது விருந்தினர்கள்!

சிலர் பொலிவுடன்,
சிலர் வேதனையுடன்,
சிலர் காயங்களுடன்,
சிலர் கண்ணீருடன்,

வந்து சிலகாலம்
என்னுடனே தங்கி விடுகிறார்கள்!
இஷ்டம் ஒரு காலமாய்
கஷ்டம் ஒரு காலமாய்

இவர்கள் இருக்கிறார்கள்!
வரும் போது எப்படியோ வந்துவிடுகிறார்கள்!
போகும் வழி தெரியாமல்,
இங்கே இருந்துவிடுகிறார்கள்!

படரும் ஏக்கம்

அப்போதெல்லாம்
பக்கத்து வீட்டு பையன்
அந்த கலர் பந்தை
உருட்டி விளையாடும் போது
எனக்குள் எனையறியாமல்
ஏக்கங்களும் உருளும்!

அப்படியே வீட்டுல
விடாப்பிடியாக இருந்து
விடயத்தை சொல்லி
பந்தை கேட்டு
அவங்க வாங்கி தந்துட்டாலும்!

அப்பாக்கு வர
இருபது ரூபாய்
சம்பளத்துக்கு,
என்ன பெத்தவள்
முப்பது செலவு வைத்திருப்பாள்!

பாவம் பாத்து
அப்பப்போ அவள்
மனசு இருக்கிற வடிவத்தில்
இரண்டு ரூபாய்
கையில் பேசும்!

பக்கத்து கடைக்காரனிடம்
அப்பவே விலையை கேட்டு
விசாரிச்சு வச்சிட்டேன்!
கலர் பந்து
முப்பது ரூபாயாம்!

முப்பது ரூபாய்,
என் முகம் பார்ப்பதற்கு,
முப்பது வருடம் ஆனாலும்,
ஆச்சரியம் இல்லை!

வருடம் ஒருமுறை
ஊரில் இருந்து
என்னோட பாட்டி வருவாள்!
எது கேட்டாலும்
வாங்கி தந்துட்டு தான் போவாள்!

இப்போலாம்,
உடம்பு முடியல அவளுக்கு,
அவளும் வருவதில்லை,
ஏக்கம் எம்மனதில்,
படர்ந்து கொண்டே இருக்கும்!

எனக்காக என்னிடம் இல்லை

இப்போது இந்நேரம்
அவன் எனக்காக இல்லை
அவன் என்னிடம் இல்லை
இருப்பினும் பொல்லாதவன்,
பொழுதெல்லாம்,
நினைப்பில் வாழ்கிறான்!

பொத்தி பொத்தி
இதயத்தில் பாதுகாக்கிறேன்!

பொறுமையற்ற நேரத்தில்
பேனாவை எடுக்கிறேன்!

அவன் இதயத்தில்
கவிதை எழுதி பழகுகிறேன்!

உயிர் போன காதலுக்கு
உயிர் வரும் நம்பிக்கையில்!

கடந்தான் காதலை

வீரம் பொதிந்த அழகனவன்!..
  விண் வியக்கும் ஆச்சரியமவன்!..
மனம் அடிமை நானில்லை!..
  மக்கள் பேசும் புறமில்லை!..
நாள் தங்கிய தழும்பது!..
  நான் நனைந்த இசையது!..
காதல் கடத்திய காரிகை,
  கண்ணில் அமர கண்டானே!.

கண் பார்த்த தூரத்திலே,
  களவும் மின்னட மயக்கினாளே!..
அடிமை எனக்கு சொந்தமில்லை!..
  எனை ஆண்டு ஆகிட்டாளே!..
கனவாய் சென்ற பொழுதெல்லாம்,
  கடந்து பொறுப்பாய் மாற்றினாளே!..
இவளோடு விரல் கோர்க்க,
  விந்தை இவனுக்கு காலம் வருமா?

Insta   :abitha_butloo
Email   :abithaeludhukol@gmail.com
Youtube :Eludhukol abitha